ஒ(உ)ளிச்சிதறல்

மே.மு.மணிமாறன்

புக் பென்சர்ஸ்

ஒ(உ)ளிச்சிதறல்
ஆசிரியர் © மே.மு.மணிமாறன்

முதற்பதிப்பு 2021
பக்கங்கள் 68

Published by Book Benchers 2021

ISBN 978-9355330369

ThebookBenchers@gmail.com
Contact 9944992571

Affliateded By
Aelay Publish
www.aelaypublish.com

ஒ(உ)ளிச்சிதறலை பற்றி

அகிலத்தின் பரவசத்தை வெளிச்சமாக்கும் அன்பு ஒர்நாள் ஊனமாகி இருந்தாலோ, கரையுடன் முத்தமிட்டு விளையாடும் பேராழி அலைகளெல்லாம் கோவித்துக்கொண்டு தரையை தொடாதிருந்தாலோ, பூப்பெய்திய பூக்கள் கருவுறாது இருந்தாலோ, எந்த தேர்விலும் பங்குபெறாத அருவி குதித்து விளையாடுவதை நிறுத்தி உறைந்து போனாலோ, வாடகை விட்டு நிறம் திரும்பாத வண்ணத்துப்பூச்சி புலம்பினாலோ, நறுந்தேன் கசக்கிறது என வண்டுகள் உறுமினாலோ, கேணி தண்ணீர் காரமென பிதற்றினாலோ, குழு அமைத்து ஆராய்ந்து விடை தேடும் உலகில், கேளாதோன் பாடல் இனிமையென ஊமை எடுத்து சொல்லியதை பாராதோன், ஆம் சிறப்பென ஆமோதித்தலும் அதை வாய்விரித்து ஆச்சரியமாய் காணுகின்ற ஆறறிவு மாந்தர்களும், அவரோடு இணையபெற்ற சமுதாயமும் ஒர்நாளும் சிந்திப்பதே இல்லை பகட்டாடை உடுத்தி பால் குடிக்க வேண்டிய பசும்பிள்ளை பாலில்லை, என்று அழுது கரைந்து, இருக்கின்ற பாதியாடையும் கிழிந்து பஞ்சாய் அலைந்துக்கொண்டிருப்பதை,

ஒட்டுமொத்த இந்தியாவின் உதிரத்துளிகள் (மழலைகள்) ஆங்காங்கே சாக்கடையில் சிதறிகிடப்பதையும், சரிசெய்ய முடியவில்லை. நம்மால் பணமில்லை, பாசமில்லை, பண்புமில்லை, பொறுப்புமில்லை, உணவு இல்லை, உடை இல்லை, உறவு இல்லை, குடில் இல்லை, பெற்றோர் இல்லை, அன்பு இல்லை, அரவணைப்பு இல்லை, ஆதரவு இல்லை, எழுத்தறிவு இல்லை, என்ற இத்தனை இல்லைகளுக்காக எல்லையற்ற **குழந்தைகள் வாழ்வினை சிதைக்கின்ற குழந்தை தொழிலாளரை மையப்படுத்தியதே நம் ஒ(உ)ளிச்சிதறல்.**

"எண்ணங்கள் உருகி எழுதுகோலில் தஞ்சமுற்று உணர்வுகளால் கவிதைகளாய் அணிவகுத்து நிற்கிறது".

ஒ(உ)ளிச்சிதறல் வாழ்வின் ஒளிச்சிதறியதா? அல்லது வாழ்கையை செதுக்க கூடிய உளியும் சிதறியதா? பிழை எங்கே? தடுப்பதன் வழி எங்கே? எண்ணும் தேடலை செப்பிக்கொண்டிருக்கிறது.
எண்திசையில் இருந்தும் ஏக்கத்தை பதிவு செய்திருக்கிறார்கள் நம் கவிஞர் பெருமக்கள் ஒவ்வொரு கவிதையிலும். குழந்தை தொழிலாளரான இந்நாட்டின் இளவரசர்கள் படும் பாட்டினையும், துயரத்தினையும், இழந்த இழப்புகளையும், மகிழ்ச்சியையும் அதை மீட்டு எடுக்கும் வழியினையும் , விழிப்புணர்வையும், ஓயாத பேராழி ஆர்பரித்தாலும் நம்பிவரும் கப்பலை கரை சேர்ப்பது போல நம் கவிஞர்கள் கரை சேர்த்திருக்கிறார்கள்,

ஒற்றை புகைப்படத்தை மையப்படுத்தி இக்கவி தொகுப்பு அமைய பெறுவது பெருமகிழ்ச்சியும், தனிசிறப்பும் என்றே நான் கருதுகிறேன். கவிகள் பல கண்ணீர் சிந்தியும், வரவழைத்தும், துடைத்தும், ஆதரவளித்தும், அன்பிரைத்தும், வழிகூறியும் நற்றுணையாய், அமையும் என்பதில் ஐய்யமே வேண்டாம்!.
மொத்ததில் ஒ(உ)ளிச்சிதறல் சிதறாத உணர்ச்சி தொகுப்பு.

வாழ்த்துரை

மணி மாறன்
நீ எங்கள்
தமிழ் மாறன்

உன் கவியென்றால்
களத்தில் பேனா தெரிக்கும்
உன் கவியென்றால்
பூக்களும் படிக்கும்

பண்முகம்கொண்ட மாறா
தமிழை இழுக்க வந்த தேரா நீ
நல் சிந்தனை தூண்
நீ சிந்தியதெல்லாம் தமிழ் தேன்

நிறையாக நிறைவாகவும்
வாசிக்கிறாய் பல
அதனால்தான் பல குரல்கள்
உன்னை வாசிக்கிறது இன்று

கவிதை சிதறல்கள் அனைத்தும்
சிரொாஞ்சியின் நகல்கள்
நிற்கவில்லை கவி மழை
ஒட்டியது இதயத்தில் இலை

உன்னை வாசிக்க வாசிக்க
தமிழை சுவாசிக்கிறோம்
தமிழை சுவாசிக்க சுவாசிக்க
உன்னை நேசிக்கிறோம்

இன்னும் பெறவேண்டும்
பல வித்தகம்
உன் விரல்கள் தரட்டும்
இன்னும் பல புத்தகம்

உன்னை வாழ்த்த
எனக்கு ஒரு வாய்ப்பு
அதை நீயே தந்தாய்
அதவே எனக்கு மகிழ்வு

வாழ்த்துக்களோடு

கனகலதா என்ற முனைவர் லதா சந்துரு
நிறுவனத்தலைவர்
தேனமுதத்தமிழ்ச்சங்கம்
மயிலாடுதுரை

ஒ(உ)ளிச்சிதறல்

தொகுப்பாளரை பற்றி

புவிக்கூட நிலைப்பெறாது சுற்றி கொண்டிருக்கும், இந்த தமிழ் புதல்வன் மட்டும் தமிழன்னையை மட்டுமே சுற்றி கொண்டிருக்கிறார் என்பது மிகையல்ல. **"தொட்டுவிட எண்ணிவிட்டால் ஞாலமென்ன ஞாயிறும் துச்சம்தான்"** எனும் இவரது வரிகளுக்கு இவரே ஆக்சிரந்த எடுத்துகாட்டாய் விளங்கி வருகிறார் தமிழன்னையின் மீதும், தாய் மொழியின் மீதும் கொண்ட பெரும் பற்றால் தான் கற்ற துறையை தவிர்த்து தமிழை உலகெங்கும் பரப்பும் முயற்சியில் தனியிடம் பிடித்திருக்கிறார். **மே.மு.மணிமாறன்** எனும் பெயரை **கவிஞர் நிழல்** எனும் புனைப்பெயராக்கி இச்சமூகத்திற்கான பகுத்தறிவையும் விழிப்புணர்வையும் கவிதையின் ஊடே வெளிப்படுத்தி வருகிறார்..

பள்ளியில் தோன்றிய கவியாசை ஆசையாய் நிற்காது முயற்சியாய் மாறியதும் பெருமகிழ்ச்சி அம்முயற்சி இன்று உலகின் பல அரங்குகளில் இவர் பெயர் ஒலித்து கொண்டிருக்கிறது. பல தொலைக்காட்சியின் நிகழ்வுகளில் தனி சிறப்பு பெற்றும் விளங்கி வருகிறார். பல தமிழ் அமைப்புகளில் தன்னை இணைத்துக்கொண்டு தமிழுக்கு பணிசெய்வதே தன் பணியென்று வலம் வருகிறார்.

தன்னுடைய பள்ளி ஆசிரியர் புலவர்.பு.சு.ஆறுமுகம் அவர்களின் மாணவனான இவர் தன் ஆசிரியருக்கு இணையாக தமிழ் பணியாற்றி வருகிறார்.

இவரின் தமிழ்ப்பணியை பாராட்ட மற்றும் பெருமை சேர்க்கும் விதமாக பல்வேறு அமைப்புகள் இவருக்கு எண்பதிற்கும் **(80)** மேற்பட்ட விருதுகளை வழங்கி கௌவரவித்து இருக்கிறது.

பொங்கியெழுதல் கடமை

நெடுநாட்களாய் அணைக்கப்பட்டுள்ளன
பாதுகாப்பு எங்கள்
பசியால் சிதறுகிறது
ஒளியிழந்த கண்கள்

காலுடைந்து நிற்கிறது
இருகால் பாரதம்
கட்டுண்டே இருக்கிறது
குழவிகளின் பாதம்

குருதியின்றி சிவந்தே
கிடக்கிறது கைகள்
உடலெடை காட்டிலுங்கூடும்
குடும்ப சுமை

காலணியற்ற குழந்தைகள்
பாதச்சுவட்டில் நெரிசல்
வல்லரசு இந்தியாவில்
மறைக்கப்பட்ட விரிசல்

தொடரிவிட்டு தொடரியாய்
தொங்கும் வாழ்க்கை
குழந்தை தொழிலாளரை
பார்ப்பதா வேடிக்கை

பாகப்பிரிவினையில் இங்கே
இந்திய எல்லை
கரியாகும் குழைந்தைக்கு
சுரங்கமே தொல்லை

உடையும் கண்ணாடிக்கு
ஊரளவு பாதுகாப்பு
குழந்தை தொழிலாளிக்கு
உதவினாலென்ன தப்பு

கோடிக்கணக்கில் விழுகிறது
தேவையற்ற உண்டியலில்
வளர்ச்சிடைகிறது இந்தியா - குழந்தை
தொழிலாளர் பட்டியலில்

தட்டினை கழுவ
சொல்லும் உணவகம்
தகரமாகி போனதா
மனிதா உன்னகம்

உடைந்து போகிறது
இளைய தூண்கள்
இப்பொழுதாது விரியட்டும்
குருடான கண்கள்

கடவுள் பிச்சையெடுக்கிறார்
இந்தியாவின் சாலையில்
குழந்தைகள் நுழைவதற்கு
பாடச் சாலையில்

குழந்தைகளே வலிமை
புரியவேண்டும் நிலமை
போதுமிந்த பொறுமை
பொங்கியெழுவது கடமை!

கவிஞர்.நிழல் @ மே.மு.மணிமாறன்.

　　　　　　　　　　　　　　ஓ(உ)ளிச்சிதறல்

காய்த்த கைகள்

நீண்ட தண்டவாளங்களயாய் பாதை தேடி

நீளும் வாழ்வில் நித்திரையும் இல்லை

அநீதிகளின் பரிணாமம் குழந்தை தொழிலாளியாய்

நீதிமான்கள் கானகத்து சிம்மத்திடம் சிக்கியன போலும்

கனலன்றி தணலிடுகிறது கரியல்ல, கானல்நீர்

கண்டு பசியடக்கும் பாவப்பிறவி வயிறு

தவறியது புத்தகபையா ? பெற்றோர் கடமையா ?

தானமொன்று கல்விக்கிருப்பின் தவித்திருப்போமா
எண்ணம்

கரியள்ளி கொட்டி கொண்டிருப்பது கைகளல்ல

காந்தி தந்ததேசத்தின் வளர்ச்சி தடிகள்

கூடுகளற்ற பறவையாய் பரிதவிக்கும் பாழ்மனங்கள்

பத்திரத்தை பாதுகாக்கும் மாந்தருக்கு தெரியவில்லை

பாத்திரங்கள் பழுதடைந்து செல்வது இங்கே

வல்லரசாய் மாறிட நாங்கள் வாழ விடுங்கள்!

ஆ.மதுமிதா.

கூலி குமுறல்

பத்து மாசம் உன்ன சுமந்த கடனத்தீக்க உன்ன
கல்லுடைக்க வச்சிட்டேனோ
பாவிமக பஞ்சத்துக்கு பெத்தெடுத்து பாழாப்போக
விட்டுட்டேனோ
வறுமைக்கு வரம்வாங்கி வந்த இந்த குடும்பத்துக்கு
வாரிசா உன்ன வாங்கி வாடிவதங்க விட்டுட்டேனோ
ஓடியாடி நீயாட வேண்டிய நேரத்துல வீட்டுக்குன்னு
நேந்துவிட்டு வீணாப்போக விட்டுட்டேனோ

பள்ளிக்கூடம் பக்கம் கூட பாவி உன்ன அனுப்பலயே நீ
பாடம் ஏதும் படிக்கலயே; படிக்க நீயும் போயிருந்தா இந்த
பாரே பரவி பாராட்டு வாங்கிருப்ப
என் இயலாமா இருந்ததுனால் ஏதும் இல்லாம போயிடுச்சே
கூலி வாங்கி நீ எண்ணி கணக்குப்போட நீ அரிஞ்ச,
எனக்கு வந்து நீ பெறக்க என்ன தவம் நான் புரிஞ்ச
நீ பட்டம் விட போனதில்ல பட்டாம்பூச்சி புடிச்சதில்ல
பாதகத்தி உன்ன போயி பஞ்சர் ஓட்ட அனுப்பிபுட்டேன்
பச்ச மண்ண கொண்டு போயி மண்ணுமூட்ட சுமக்க
விட்டேன்
சிட்டெரும்பு கடிக்காம காக்க வேண்டிய செங்கதிர
செங்கசூல அனலுக்குதான் வெறகா நான் ஆக்கிப்புட்டேன்

பட்ட மரம் நான் வாழ பச்ச மரம் உன நானும் பட்டுப்போக
பண்ணினேன்;
அடுத்து ஒரு ஜென்மம் கண்ட பணத்துக்கு
நீ பெறந்து பவுசாதான் வாழ்ந்திடடா!

மூ. மோனிஷா.

கருகும் விதைகள்

களவாடப்படும் கனவுத் தொழிற்சாலைகள்
தீப்பெட்டி தொழிற்சாலைகளில்
பிஞ்சு விரல்களால்
பற்ற வைக்கப்படுகின்றன
சமூக எரியூட்டல்கள்

கல்லுடைக்கும்
சிறுவனால் காமராஜரின்
கல்விப் பாதைக்கும் கனவுப்பாதைக்கும்
கொடுக்கப்பட்டன
சம்மட்டி அடிகள்

பலூன் உற்பத்தி செய்து
விண்ணில் பறக்க
ஆசைப்படும்
வண்ண பலூன்களின்
வாழ்க்கை சுவாசம் வீழ்கிறது
குப்பை பொறுக்கும் சிறுவன்.
கடவுளின் எழுத்துப்பிழைகளால் உருவான
கவிதைகள்
கிடத்தப்பட்டன
குப்பைத் தொட்டிக்கு

செங்கற்கள் சுமக்கும் போது
கல்லாகிப் போன கனவுகள்
தலைக்கு பாரமாய்

நம் மானம் மறைக்க தன்மானம்
அடகு வைக்கப்படுகிறது
பனியன் தொழிற்சாலைகளில்

சிவகாசியில் சிறுவனாம் நம் கொண்டாட்ட ஒளியின்
ஊடே(வெடி)
மௌனித்து
உள்ள பசி ஒளடதம்

தேநீர் விற்கும் சிறுவனிடம்
வாங்கி அருந்தியதால்
குற்ற உணர்வால் சுறுசுறுப்பு குன்றியது

சிறுவன் விற்ற இனிப்பில்
கசக்கிறது நாக்கு...

பல வருடமாய் இரண்டே ஆடையுடன் பற்பல ரகங்களை
காண்பிக்கிறான் நமக்கு
ஜவுளிக்கடையில்...

உணவகத்தில் மேசையை துடைக்கிறான்
அழுக்கேறிப்போனது நம் மனது..

கலாமின் கனவுகளை கண்டு கொண்டே
இருக்கிறான்
உறக்கமின்றி உழைத்துக்கொண்டே... கனவுகள்
யாவர்க்கும் பொதுவாம்!

ர.செல்வராணி ரத்தினகுமார்.

ஒ(உ)ளிச்சிதறல்

நினைத்தாலே நீர்த்துளிகள்

தட்டுத் தடுமாறுது
தரங்கெட்ட தரணியடா
மனசில்நட்ட நஞ்சுச்செடி
மரமாவளர்ந்து நிக்குதடா

ஏழைசனத்தை ஏமாத்தி
எத்தனவயிறு நிறையதடா
எழுதப்படிக்க தெரியாம
அழுதுபுலம்பி சாகுதடா

பெத்தஅஞ்சு வயசுபுள்ள
மொத்தவிலைக்கு விக்குறான்
சொத்துசேர்க்க பண்ணக்காரன்
கொத்தடிமை ஆக்குறான்
கணக்குவழக்கு தெரியாம

கண்கலங்கி நிக்குறான்
கரும்புச்சக்கை போலதான்
கடைசியில விசுறான்
கஞ்சிக்காக பிஞ்சுகளை

வேலைக்கனுப்பி வைக்கிறான்
மதியஉணவு திட்டம்பார்த்து
மனசுதிருந்த பாக்குறான்
எட்டாவது வகுப்புவரை
கட்டாயம்தான் ஆகணும்

கனவுகாண சொன்னநம்ம
கலாம்பேரை உயர்த்தனும்
பாதியில் போகணும்னா
கொடுத்தகூலி கேட்குறான்
மீட்கயாரும் இல்லாததா -
தாதுகலங்கி நிக்குறான்

கட்டுகட்டா நோட்டுகாட்டி
கடத்தவை க்குறான் ஆசைக்காட்டி
இளஞ்சிங்கங்க நீங்கதான்கேட்கணும்
இந்தியாவ இனிமையாமாத்தணும்

சட்டம்போட்டு சர்க்காரோ
தட்டித்தான் கேட்கணும்
வளர்ந்துபோன நஞ்சுமரத்தை
வேரோடுதா அழிக்கணும் !

கவிஞர். து. சரவணன்

வறுமையின் வரிகள்

கருப்பையில் சுமக்கையில் படாத துயரமெல்லாம், நீ
செங்கல்லை சுமக்கையில் படுவதேனோ?
அறியாத வயதில், யாரும் அறியாத துன்பத்தில் நீ
காந்தமோடு விளையாடும் வயதில் ஏனோ
கந்தகத்தோடு உரையாடல், மண்ணில் தவழும் வயதிலே,
தலையில் மண்ணை சுமக்கும் அவலம் ஏனோ
"மை" ஊற்றி எழுத வேண்டிய பிஞ்சு கையோ, இன்று
வறு(மை)யில் தவிக்கிறது.
சுட்டெரிக்கும் சூரியனோடு சுழன்றாடும் பருவத்தில்
சூளையில் சுடுகின்றாய் செங்கற்களை..
ஏட்டை திருப்பும் கைகள் ஏனோ, இன்று எச்சிலையை
எடுக்கின்றது..
எவரெஸ்ட் சிகரத்தை எட்ட வேண்டிய நீ, எஃகு ஆலையில்
எந்திரமானது ஏனோ
புத்தக பையை சுமக்க வேண்டிய நீ, ஏனோ? குப்பைப்
பையை சுமக்கின்றாய்.
கல்வி கற்க வேண்டிய நீ கல்லை உடைக்கும் அவலம்
ஏனோ?
சிரிக்க கூட நேரமில்லாமல் , சில்லறையை தேடி
ஓடுவதேனோ
அறிவை பட்டைத்தீட்டும் பருவத்தில், இரும்பை
பட்டைத்தீட்டுவதேனோ
உளி கொண்டு நீ செதுக்கிய கடவுள் சிலை கூட வெறும்
கல்லாய் மாறியது ஏனோ
அரை வயிற்று கஞ்சிக்காக தான் எத்தனை ஓட்டங்கள்...
உண்மையில் மாற வேண்டியது யார்
சிறகிருந்தும் பறக்காத சிட்டுக்குருவியா!

கவிஞர்.ச.கீர்த்தனா ஆரணி.

மனம் வருந்திய நொடிகள்

தொடர்வண்டி பயணத்தில், தொல்லையாக வந்து நிற்கும்
பிள்ளை முகம் ஒன்று
சுமை தாங்கி நிற்க்கிறது, விற்பனை பண்டம் ஒன்றை
கையில் வைத்து, வியாபரம் செய்ய
எளிமை தோற்றம் கொண்டு தலையில் சுமை வைத்து,
அழுக்கு உடம்போடு,
பசியை கண்ணில் காட்டி, கையில் காசு கேட்கும்,
பிள்ளைகள்
தொழில் என தெரியாமல், அடிமை போல இருந்து, அடியும்
பல தாங்கி,
பாவ முகத்தோடு திரிய வைத்த பாவிகளா,
பிஞ்சு உயிரை கொஞ்ச வேண்டாம்
கொள்ளாமல் நீ விலகி கொள், ஆதரவு உண்டு
அவர்களுக்கு.!

நாமக்கல் செந்தில்

கருகும் மலர்கள்

பொய்யாய் உண்மைகள்
அரிக்கும் கிருமிகளாய்.,
அழிக்கிறது சமூகத்தை
என்றோ நான் கேட்டசெய்தி...

குழந்தைக்காய் குறைந்த
கூலிக்கு பொழுதே உழைத்து
மகிழ்வாய் வாழ்ந்ததுபோய்
தான் மகிழ்ந்து வாழ்ந்திட
இன்றோ குழந்தைகளை வைத்து
பொருளாதார புரட்சி..!

அனாதையாகி போனது...
கல்வி கற்றிட கைகளில்
கரிக்கோல் எடுக்காதே...
கருங்கல் சல்லிகளை
சுமக்கும் குழந்தைகள்.,
நாங்கள் இந்த நாட்டின்
வருங்காலம்...
குழந்தை தொழிலாளியாய் நீர்
எமை வாட்டுவதென்ன
கொடுமையின் கோலம்...
இப்படியான அடிமைத்தனம்
வேரோடு ஒழியும்வரை
நாட்டின் வருங்காலமென
எங்களை சொல்லேல்...! ஆக்கம்

கவியருவி பா.சரவணன்,

யார் மேல் பிழை

படைத்தவன் மீதா
இல்லை இங்கு உன்னை அழைத்தவன் மீதா
பட்டாம்பூச்சியாய் பறக்கும் உன்
சிறகுகளுக்கு சிறை வைத்தவன் யார்
பல்பம் பிடிக்கும் இந்த கைகளுக்கு
பழுதுகள் தந்தது யார்
புத்தகம் சுமக்க வேண்டிய முதுகுகள் இன்று
சுமைகளை சுமப்பது ஏனோ
கல்வி புரளவேண்டிய மனதில் கவலைகள்
படைத்தவன் எவனோ
பஞ்சாய் பறந்து திரிய வேண்டிய வயதில்
பந்தத்துடன் போராட்டம் தானோ!
இலவசமாய் கல்வி தந்தும் இவனுக்கு
இன்பமாய் பயில வழி இல்லையோ!
வறண்ட நிலமாய் வாடும் பயிர்கள் போல்
வறுமையோடு தான் இவன்
உரையாடுகிறானோ.....
கொஞ்சல் மொழியாய் கொஞ்சி பேசிட
இந்த இடத்தில் கொச்சைச் சொற்கள்
தானோ
செந்நிற மேனி எல்லாம் செங்கற்களால்
பூசப்படுகிறது
வாய்மொழிச் சொற்கள் எல்லாம் இன்று
வாடிப்போய் திரிகிறது
தன் கைப்பிடித்து நடந்திட இவன் எண்ணம்
ஒரு கரம் தேடுகிறது
காற்றோடு சேர்ந்து பட்டமாய் பறந்திட
இவன் மனம் கல்வியை நாடுகிறது!!
வழிந்திடும் கண்ணீரில் இவன் கல்வியும்
கானல் நீராய் போகிறதோ?

எதனால் இந்த நிலை என்று மாறும் இந்த
வதை
காற்றுக்கு வேலியிட்டு இன்று கல்விக்கு
சிறையிட்டுவிட்டோம்
தொழிலுக்கு விதையிட்டு இன்று
தொழிற்சாலைகள் உருவாக்கிவிட்டோம்!
மழலை மனம் மாறாத பிள்ளைகளைக் கூட
இன்று தொழிலுக்கு மண்டியிட வைத்து
விட்டோம்...
துள்ளிக் குதிக்க வேண்டிய கால்கள் என்று
கையோடு கும்பிட்டு வேண்டி நிற்கின்றன....
குழந்தைகளாய் இருக்கும் எங்களை
தொழிலாளர்களாக மாற்றி விடாதீர்கள்
என்று.....
நிலை மாற ஒரு நாள் வரும் என்று
ஏக்கத்துடன் சில வரிகள்!

வெ.மதன்மித்ரா

நிலை அறிந்து நிலமையை மாற்றுவோம்

படிக்க விருப்பமிருந்தும், படிக்க வைக்க
அடிப்படையில்லா ஆழ்ந்த வறுமை நிறைந்த
பெற்றோர்களின் பெரும் வலியை உணர்ந்த
ஆயிரங்கணக்கான பட்டிக்காட்டு பச்சைக்குழந்தைகள்
பல வேலைக்கு சென்று, விதையாக
இருக்கும்போதே வேதனைகளை சந்திக்கின்றதே
சுட்டெரிக்கும் வெயிலில் ஊர்முழுக்க சுற்றி வந்து
சுட சுட சுட்டு வைத்த, சுற்று முறுக்கை எடுத்துக்கொண்டு
கால் பொடிசூட்டை தாங்கி கொண்டு
நீங்க வாங்கிக்கங்க அம்மா
ஐயா..! என்று குரல் கொடுத்து
கெஞ்சி விற்கும் பிஞ்சி குழந்தையிடம்,
பேரம் பேசி பொருள் வாங்கி
பெருமை கொள்ளும் பெரும் மதிப்பற்றவர்களே
அவர்கள் நிலை அறிந்து உரிய பணம்
கொடுத்திருந்தால் ,வாழ்வில் அவர்களோ
சற்று உகந்த நிலமைக்கு சென்று,
குழந்தை தொழிலாளர்கள் என்ற
நிலை இல்லாதிருக்க செய்திருக்கலாமே!

நெல்லை சதிஸ்

நாட்டின் இரசிகர்கள்

தாய்வழி பிறப்பே ஈரைந்து திங்களே
தாய்மடி அமுதே ஊரார்க்கு ஒன்றே
தாய்தமிழ் நிலத்தில் யாவர்ம் ஒன்றே
தாய்வழி குருதில் சாதிஎன உண்டோ

அக்காலப் பிஞ்சோ துன்பத் தூரிகையோ
அக்காலப் பிஞ்சது வறுமைத் தீயெறித்து
அக்காலப் பிஞ்சது வருந்தும் பேரின்னல்
அக்காலப் பிஞ்சது பழமான விந்தைகேள்!

அக்காலத் தாய்மாரோ தீயான மீக்கரியாய்
அக்காலச் சூழலில் அடிமைப் பேயொழிய
அக்காலச் சான்றோர் ஓரிலக்கு கைக்கொண்டு
அக்கால நோய்தனை அழித்தஓர் அதிசயம்கேள்

இக்காலச் சிற்றோரே கைப்பேசி கண்ணிமையாய்
இக்காலச் சிற்றோரே ஓய்விடத்து சொர்ப்பணமாய்
இக்காலப் பெற்றோரின் நற்சொல்லை கேளாது இக்காலச்
சிற்றோரே எண்ணங்கள் சீராமோ ?
இக்காலச் சிற்றோரே செங்கற்கள் நீர்தாமே
இக்கால கோட்டையின் முக்காலம் நீர்தானே
இக்காலத் துன்பமோ தெழில்நுட்பக் கூறுகளை
இக்காலத் தேர்வாழியில் சீராக்க வேய்ப்பதுதான்

நாட்டுடை கவியெலாம் சிறார்களின் வழிஒளி யே
நாட்டுடை ரசிகநீ நலம்பெற வாழ்வாங்கு
நாட்டினின் ரசிகநீ நலம்சேர் நாடோங்க
நாட்டினின் கனவுநீ மறையா ஞாயிறுநீ

இக்கால சிற்றோரே சிந்தீஇ நீயார்
இக்கால சிற்றோரே சிந்தீஇ நாடியது
இக்கால சிற்றோரே சீந்தீஇ பேர்சேர்
இக்கால சிற்றோரே சிந்தீஇ
வெண்மதிபோல்

இக்கால சிற்றோரே பாலினம் வகையில்லை
இக்கால சிற்றோரே ஆண்பெண்வேறில்லை
இக்கால சிற்றோரே மூப்புஇளம் ஒன்றுமில்லை
இக்கால சிற்றோரே ஓர்வழி சமத்துவம்செய்

இக்கால மூசே தாழ்உயர் நிலையில்லை
இக்கால மூசே பேருதவி நீபுரியேன்
இக்கால மூசே நூல்கள் தேடிபடி
இக்கால மூசே அண்ணன் சொல்கேளேன் !

இளங்கவி ர. குரு

வலிகள் நிறைந்த மழலையின் குமறல்கள்

என் அன்பு பெற்றோர்களே
ஏன்இத்துனைத் துன்பங்கள்
படிப்பு என்பது எங்களுக்கு
மிகவும் அவசியமானது
விதியின் விளையாட்டால்
வறுமையின் காரணத்தால்
நாங்கள் பள்ளிகளுக்கு செல்லாமல்
வீட்டின் வறுமைக்காக
புத்தகத்தை சுமக்கும் வயதில் மூட்டையும்
பள்ளிகுச் செல்லும் வயதில் வேலைக்கு
செல்லும் அவல நிலையின்
காரணம் தான் என்னவோ?

அரசாங்கத்தின் திட்டத்தில்
கீழ் செயல்படும் இலவச
பள்ளிக்கூடங்களில்
சென்று படிக்க முடியாமல்
வேலைக்குச் செல்லும் நிலைதான் ஏனோ?

அன்பு பெற்றோர்களே
குழந்தைகளான நாங்கள்தான்
நாளையின் எதிர்காலம் அல்லவா?

அன்பு தோழர்களே
சிறிது விழிப்புணர்வு மேற்கொண்டால்
எங்கள் பெற்றோர்களும் உணரந்து
நாங்களும் கல்வியை கற்போமே!
எங்களை பள்ளிக்குச் செல்ல அனுமதியுங்கள்
எங்களின் உயிரானவர்களே!

மு.ஹர்ஷினி

பிஞ்சு நெஞ்சங்களைப் பாதுகாப்போம்

பூக்கள் காயாகிக் கனிந்திடும் முன்னே
பழுக்கச் செய்திடும் பலரது செய்கை
பாக்கள் உருவாகிப் பாடிடும் முன்னே
படிக்க செய்திடும் பயனிலா நிலையே

இளைஞர்கள் கரங்களில் எழுந்து நிமிர்ந்த
இந்தியாவின் எதிர்காலம் ஓரடி தாண்டி
குழந்தைகள் கைகளில் குன்றென நிமிர்ந்தே
குவலயம் நிமிர்ந்திடப் பாடுபடு கின்றது

பால்மணம் மாறிடாப் பச்சிளம் பருவத்தில்
படகேறி மீன்பிடிக்க கடலுக்குச் செல்வதும்
பட்டாசுத் தொழிற்சாலையில் கந்தகம் சுமப்பதும்
பரிவிலா மாந்தரின் பாதகச் செயல்களே

அன்னை தந்தையற்ற ஆதரவிலாச் சூழலும்
அடுத்தவேளை உணவுக்கு வழியில்லாச் சூழலும்

பொறுப்பற்ற பெற்றோரின் பண்பிலாச் சூழலும்
போராடும் சூழலுக்குப் பைந்தளிர்களைத் தள்ளுகிறதே

ஒ(உ)ளிச்சிதறல்

குழந்தைகள் குழந்தைகளாய் குதுகலமாய்
மகிழ்ந்திட
குறையிலாக் கடமைகளை அரசுகளும்
செய்கிறதே
கனிவான அக்கறையால் பெற்றோரும்
உற்றாரும்
கரந்தூக்கி மேலேற்றி கொடிநாட்டச்
செய்திடுவோம்
முல்லைக்கும் கனிவுகாட்டித் தேர்தந்த
வள்ளலையும்
மயிலுக்கும் பரிவுகூட்டி போர்வைதந்த
நல்லோரையும்
நெஞ்சில்கொண்டு நானிலம் நிமிர்ந்தநம்
தமிழ்நாடு
பிஞ்சில்கனியும் பாசஉறவுகளைக்
காத்திடுமே மகிழ்வோடு

கவிஞர் அ.செலஸ்டின் மகிமைர

ஒருநாள் பிழைப்பதே கஷ்டம்தான்

சுரக்காய்க்கு விக்கல் எடுத்ததாம்!
சமையலறை எட்டிப் பார்த்ததாம்!
தாகம் தீர்ந்த பாடில்லை!
குடங்கள் ஏராளம்!
கொடுக்க மட்டும் மனமில்லை!

குப்பை பொறுக்கி
கையெல்லாம் ஒரே கரி!
அதுவே அக்குழந்தைக்கு தீப ஒளி!
இப்படியும் தீபாவளி கொண்டாடுகின்றனர்!
என்னவொரு வானவேடிக்கை!
வாழ்க்கையே வேடிக்கை !
இதுவும் வாடிக்கை தான் !

பொருத்தமில்லை !
பொதி மூட்டை தானே சுமக்கிறான்!
பொருத்தம் தேவையில்லை!
நலிந்தவன் தானே! ஆடை எதற்கு?
அளவுகோல் எதற்கு?

மூன்றில் ஒன்று கிடைத்தால் கூட
32 பற்களும் பளபளக்கும் !
பல்லிளிக்கும்!
இரண்டிற்கு தீயாய் உழைக்கவேண்டும் !
மீதம் ஒன்றிற்கு நிம்மதி
மட்டும் இருந்தாலே போதும்!
உறக்கம் தானாய் வந்து சேரும்!
உணவுக்கு
தான் நாயாய் பேயாய் அலையவேண்டும்!

மொட்டுக்கள் விரிவது குற்றமா?
விருட்சங்கள் நிழற்குடை
அளிக்க தப்புமா?
கிளைகளின் அடைக்கலம் கிடைக்காதா?
காயும் கனியும் விருந்தளிக்காதா?

நடைபாதை தான் விடுதியா? நடுநிசியில்
நடப்பது ஒரு வியாதியா?
இப்படி எல்லாம் நடப்பது தான் விதியா?]
நடுங்கும் குளிரில் கூலிக்கு வேலையாள்
எடுப்பதில்லை! சுட்டெரிக்கும் வெயில்
இவன் வியர்வையைத் துடைப்பதில்லை!

கை நாட்டா நீ ?
கலங்கி கேட்டது ,பேனா கையாலாகாதவனா
நீ ?
கடிந்து கேட்டது , காகிதம்
இதுவும் கடந்து போகும்
காலம் பதிலுக்கு சிரித்தது.

டீ கடையில் கூட,
தினந்தினம், தினத்தந்தி பேப்பர் எல்லாம்
தவறாமல் ஒட்டுகிறார்கள்!
கொஞ்சம் தேனீர்! அதிக விவாதம்!

நான்கு மைல் தூரத்திற்கு அப்பால் நடந்து
சென்றால் கூட
எழுத்தும் துரிதமாக தெரிகிறது
பேச்சும் தெளிவாக கேட்கிறது!

இச்சிறுவனுக்கு மட்டும் ஏன் புரியவில்லை!
ஊமையா இவன்?
இல்லை, ஆயுள் கெட்டிதான் இவனுக்கு!

அதிகம் படிக்கவில்லை, அவ்வளவுதான்!
பரிட்சயமில்லாத பாடம்
அவ்வளவே தான்!
இதில் இவன் தவறொன்றுமில்லையே!
எல்லாம் விதியின் விபரீத விளையாட்டு!

ரோந்துப் பணியில் கூட
நொந்து வெந்து நூலாய் போனான்
சல்லிக்கல் கூட சாலைக்கு பயன்படுகிறது!

தற்குறி நான்,
பூமியில் வாழ தகுதியற்றவனா?
மணிக்கு ஒரு முறை என் இதயம் கேட்டது என்னவென்று
சொல்வது?

பா.கவுசிகா (பார்கவி) @kaviyin_varigal__

 ஒ(உ)ளிச்சிதறல்

ஓடி விளையாடு பாப்பா

சூரியன் என சொல்வர் அதன் உதயம்
நாங்கள் கண்டதில்லை ஆயினும் அதன்
உதயத்திற்கு முன் துயிலெழுந்து
விடுகிறோம்

பாதி நாட்கள் நாங்கள்
பல் துலக்கியதாகவே
ஞாபகமில்லை உடுத்தும் உடை ஒற்றை
உடை என்பதால் கிழிந்த பின்
தான் அடுத்தது என்றே அவதிபடுகிறோம்
எங்க உடையை நீங்கள் உற்று
பார்த்ததுண்டா நெய்த நூலைவிட
கிழிசல்களை தைத்த நூலே அதிகமாம்
அதிகாலை குரலெழுப்பு
தீப்பெட்டிதொழிற்சாலை வாகனத்து
கூக்குரலே எங்கள் பூபாளம்

வாகனத்தில் அளவுக்கு அதிகமாக
அடைத்தே
சூரிய உதயத்திற்கு முன்
தொழிற்சாலையெனும் சிறைச்சாலை
செல்வது
என கூறுதலை விடவும் அழைத்து சென்று
தான் எங்களை அடைத்திடுவர்

மாலை வெளிச்சம் மங்கி இருள் கவிழ்ந்த
வேளை
கூடு திரும்பும் புது வித
ஒரு பறவையினமென எங்களை எண்ணிக் கொள்ளுங்கள்

எங்கள் கைகளை உற்று உரசி
பார்த்ததுண்டா கந்தகத்து கருகியதோர்
நிறத்தோடு எப்போதும்
முடை நாற்றம் எங்களை சுற்றி இருந்திடும்

எங்களுக்கும் படித்திட வேண்டுமென
மனதில் ஆசையுண்டு
என்ன செய்வது எங்கள் வீட்டின் வறுமை போக்க வந்து
உதித்தெழுந்த தேவதை நாங்கள்
நாங்கள் வயதால் வளர
எங்கள் பணிச்சுமையும்
ஏறி விடும் நம் நாட்டின்
எரி பொருள்கள் விலை ஏற்றம் போல

இப்பிறவியில் நிகழாத
எதிர் வரும் பிறவியில்
நிறை வேற வேண்டும்
என ஆசை ஒன்றே ஒன்று தான்
ஓடி விளையாடு பாப்பா
எனச் சொன்ன பாரதி
வாய் சொல்படி வாழவே
வேண்டுமென்பதேயாம்

மா கோமகன்

 ஒ(உ)ளிச்சிதறல்

அஞ்சாமை இருள் தீர்க்கும்

மலராக ஜொலிக்க இருந்தவை
மடிந்து கிடப்பதென்ன!
கொப்பாக பலதை தாங்க வேண்டியவை
மதி கெட்டதென்ன!

அரக்கர்கள் என்றே – அஞ்சி
நடந்தோம் - வேடதாரிகள் என்றே
வெறுத்து நடந்தோம்
நயவஞ்சகம் பேசினீர் நரி போல்
ஆடுகளாக இன்றுவரை நாம் - அவதியில்
அவனியில் - அரவணைப்பின்றியே....

போதை கொடுத்தீர் - பொறுமை காத்தோம்
போதையாக்கி தேக சுகம் தேடினீர்
பொல்லாப்பு எதற்கென்றே புதைந்து கிடந்தோம் அத்தோடு
இல்லாமல் – தொடரும்
அடுத்த கட்டம் - வேலைக்கு அமர்த்தினீர்
வேடிக்கை பார்த்து வேதனத்தை சுரண்டினீர்
வேதனையோடு காலம் கடந்தோம்!
வேடதாரிகளே! நயவஞ்சகர்களே! - போதாதா?
இளம்பிஞ்சுகளை நசுக்கி வதக்கினீர்
பலாத்காரமாய் - பாலியல் துஸ்பிரயோகம்

பயத்தை தாண்டி இனி பயணம் செய்வோம்
பயணம் தொடரும் பலமாக - உங்கள்
பைத்திய தனமான பாவங்களிலிருந்து
விடுபடும் பட்டாம் பூச்சிகளாய் – நாங்கள்
விடியலை நோக்கி விட்டில் பூச்சிகளாய் துடிக்கும்
சிறார்களின் வாழ்வு சிறப்பாக அமைய
சிறகடித்து பறப்போம் நாமும்.

செல்வி. சிவகுமார் தேவமலர்

ஒ(உ)ளிச்சிதறல்

ஒளி பெறுவோம்

ஒளிந்து கிடக்கும் உண்மைகளும் ஒருநாள்
உடையும் ஒளிச் சிதறலே
ஊமை இதயங்களின்
ஒளிச்சிதறல் விழிகளே
வறுமையின் ஒளிச்சிதறல் ஏக்கங்களே
உழைப்பின் ஒளிச்சிதறல் ஊதியமே
மின்னும் பெண்மணிகளின் சாயலே ஒளி சிதறலே
விடாமுயற்சியின் ஒளிச்சிதறல் வெற்றியே
எதிர்கால குழந்தைகளின் எண்ணங்களை
வண்ணங்களாய் வெளிப்படுத்துவதும் ஒளிச்சிதறலே
வலிகளை மறந்து வழிகளை
உருவாக்குவோம் உளி கொண்டு செதுக்கும்
சிற்பியாய் மாறி
நம்மை நாமே தன்னம்பிக்கையில் செதுக்கி
ஒளிச்சிதறலாய் காட்சி அளிப்போம்

முனைவர் சை. சபிதா பானு காரைக்குடி

தீயில் வாழும் பூக்கள்

பூமியில் பூத்திருக்க வேண்டா பூக்களே.
நீங்கள் புதைகுழியில் புதைந்திருப்பது ஏனோ
கர்மவீரரே..!கல்லறையில் இருந்து எழுந்து வாரீர்
உம் கண்கள் கற்கள் உடைப்பதை பார்க்க
ஏடு சுமக்க சொன்னப் பிள்ளைகள்
இன்றும் எருமை மேய்ப்பதை பார்க்க
அறிவுப் பெட்டகமாக வேண்டிய அகழிகள்
இன்னும் இந்த பொட்டாசியும் குளோரைடை
தலையில் ஏந்தி நடப்பதை பார்க்க எளிமையில்
இருந்து எழுவதற்கு ஏடுகளின்றி எச்சில் தட்டை கழுவுவதை
பார்க்க
கர்மவீரரே கல்லறையிலிருந்து எழுந்து வாரீர்
உணவு நேரத்தில் உண்ணாமல் உழைக்கும்
இந்த பண்களைப் பார்க்க வாரீர்
ரோஜாவாய் பூக்க வேண்டிய பூக்கள்
ஏனோ வாடியச் செடியில் உதிர்ந்து
உருவமில்லாமல் உழைப்பதை பார்க்க வாரீர்
புகைந்த புன்னகை மரத்துப்போன கரங்கள்
இருண்டு போன இரு விழிகள்.
குழந்தை தொழிலாளர்களே உங்கள் கூக்குரல் இவ்வுலகின்
காதுகளில் கேட்கவில்லை போலும்.
வயிற்றை வளர்க்க வாழ்வைத் தொலைக்கும்
வழியறியா இந்த வறுமையின் வள்ளல்களை
வாழ வைக்க வழிகள் இருக்குமோ
இவர்களின் எதிர்காலம் சிறக்க எங்கேனும்
எடுத்துக்காட்டான எண்ண நிலைகள் பிறக்குமோ!!

சு.சூர்யா

ஓய்ந்து ஓடிய ஓடா கடிகாரம்

மழலைப் பேச்சுடன் தொடங்கிய விடியல்
துள்ளித் துள்ளி ஓடிய சிவந்தக்
கண்ணத்தின் சொந்தக்காரி
சுற்றி சுற்றி வலம் வந்து
கரம் கோர்த்துச் சென்ற நேரங்கள் யாவும்
என்றும் அவர்களுக்கு கனவாய் மட்டுமே அறியப்பட்டு
அல்லும் பகலும் மந்தையோடு மந்தையாக
திரிந்துக்
கதிர்வீச்சால் நொந்து
வியர்வையினால் குளித்து
வேலையின் பாரத்தைச் சுமந்துக் கொண்டு
பசிப்பிணியைத் தாங்கிக் கொண்டு

நீண்ட இரவினைக் கடக்க விடியலைத்
துரத்தித் துரத்திச் செயலிழந்து
கற்தூக்கித் தொலைதூரம் தாண்டி
தாகம் தீர்த்து
பசியுள்ள வாழ்வினை வியர்வைத்
துளிகளால் தனித்து

ஓடா கடிகாரமாய் நேரம் போக;
ஆனால் அவர்கள் நேரம் அறியாமல் ஓடாய்
தேய்ந்து
ஒதுங்க இடமறியாமல்
ஏடுகளைப் பிடிக்கும் வயதில் ஏணியினைப்
பிடிக்கச் செய்து
பம்பரம் விளையாடும் வயதில் பம்பரமாய்
சுழன்று
கண்ணாமூச்சி விளையாடும் வயதில்
நல்வாழ்வினை
இவர்களின் கண்ணிலிருந்து மறக்கச்
செய்து பார்ப்போர் இடம்தனில் மறைக்கப்பட்டு
இன்னும் எத்துணை மழலைகள்
வலைப்பிடித்து கல்லாகுமோ!

ப.ஹரிணி(kaviyin_kadhali)

குழந்தையே நீ கேள்

புகை சூடும் பனியயில்- உன்
பணி என்னடா! இங்கு
தாய்ப்பால் மறந்து பத்து வருடம் தானே
ஆகிறது,
தவழ்ந்து எட்டு வருடம் தானே ஆகிறது

பாதங்கள் மணலையயும், கற்களையும்
தொடும் வயது- உன்
பாதமே மணலையயும் கல்லையயும் சுமந்து
கொண்டுள்ளது...

தலையாட்டு பொம்மையுடன் தலையாட்டி
பொழுதை கழிக்க வேண்டியவன் நீ
இதை உன் தலையயில் ஏற்றியவர் எவரோ!

பார்வையயில் தெரிகிறது வயிற்றின்
அலாரா சத்தம்
பிஞ்சே உனக்கு என்ன இது சாபமா?

காற்றாடி பிடித்து நண்பர்களுடன் நீ ஓடியது உண்டா?
நிலவின் நிழலில் நின்றதுண்டா?
நினைத்த நேரத்திற்கு தூங்கியது உண்டா?
வண்ண வண்ண மிட்டாய்களை வாங்கியதுண்டா?
வியர்வை இல்லாமல் இருந்தது உண்டா?
விளையாட்டிற்கு வந்ததுண்டா!

நீ எப்படி வருவாய் அதுதான்
வாழ்க்கையயோடு விளையாடி கொண்டிருக்கிறாயே
குழந்தையய நீ கேள்
நீ கடவுள்

கடவுளுக்கு கடமை செய்
குடும்பத்திற்கு வேலை செய்யலாம்-
உனக்கு
குறும்பு மீசை முளைத்த பின்...
தலையில் இருப்பதை இறக்கி வை,
தலையெழுத்தை மாற்ற வை
பருவத்தில் படித்தவிடு- உன்
பிள்ளையையும் உன்னை போல்
ஆக்கிவிடாதே

இன்றே நீ உழைத்து விட்டால் நாளை
உழைக்க ஆற்றல் இங்கே?
இளம் ஆற்றலைதிருடும் கயவர்கள் எவரே?

குழந்தைகளை குழந்தைகளாய்
நினையுங்கள்- அவர்கள்
தொழிலாளர்கள் அல்ல, தெய்வங்கள்...!!

மேனகா தேவன்

 ஒ(உ)ளிச்சிதறல்

ஏழ்மையின் கடிதம்

அப்பன் எறந்து போனதால ஆத்தா உடம்பு
படுத்துருச்சு அடுத்த வேள கஞ்சிக்குடிக்க
ஆசப்பட்ட வயித்த கூட அடக்கி வச்சி
வாழ்ந்தன் ஆனா சொமந்து பெத்த வயிரு
இங்க சோரில்லாம தவிக்கப்பாத்து மனசு
சொல்ல நானு கேட்ட

பள்ளிகூட சட்டயில பருவம்தாண்டுமுன்னே
செங்கல்லு சூலயில வேலசெஞ்ச
செறுக செறுக கஞ்சி குடிச்ச
பெத்தமனச குளிர வச்ச

முதலாலி சொல்லக்கேட்டு வேலையதா
விட்டுபுட்ட வீடுவந்து சேருமுன்னே வீதியில
நிருத்திவச்சு வீட்டுவாடக கட்டச்சொல்ல

விறுவிறுனு வந்த மொதலாலி வீட்டுவாடக
கட்டிப்புட்டு விரலப்புடிச்சி கூட்டிபோய்
வாத்தியார பாக்கவச்சு வகுப்புலயும்
சேத்துவிட

மாசதோறும் பத்திரமா மனசாற எங்கள
பாத்துகிட்டு மலைகோயில் சாமியாக
மாறிட்டாரு மொதலாலி

பட்டபடிப்பு முடியும் வர பத்திரமா
பாத்துக்கிட்டாரு படிப்பு முடிஞ்ச வந்தபோது
படுக்கயில எறந்துட்டாரு

அடக்கமெல்லாம் பன்னிவச்சு ஆசான
கரசேத்த அத ஆத்தாகிட்ட சொல்லியழுத

ஆத்தா ஒரு கடுதாசிய அழகா பிரிச்சி
காட்டயில அந்த மொதலாலி மொகத்தோட
முழுபக்கம் நான் படிச்ச

என்னபோல ஏழ்மையில
யாருபடிப்பவிட்டாலு கல்லொடைக்கு
சூலையில அந்த கால் படவேகூடாது
கல்வியறிவ கத்துக்காம கரபடிய கூடாது
கைப்பேனா புடிச்செலுதி கரம்தூக்கி
நிக்கணும்டா

ஊர்முழுக்க சேத்துக்கடா
உளிபுடிக்கு கையெல்லா உளகறிவ
கத்துக்கனு கைபிடிச்சி தூக்கிடடா
உன்ன தூக்கி விட்டதுபோல்

சொந்த புத்தி மாறாம சொல்புத்தி
கேட்டுநின்னா சொற்கமொன்னு இருக்காது சோலைகளின்
மத்தியிலே!

தமிழ்கவி

மனிதன் உணரவேண்டிய மொட்டின் நிலை

படைப்பு சிந்தித்துப் பார்க்கிறேன், இயற்கையை
ரசித்தபடி!
அழகாய் ஓடும் அணிலுக்கு கிட்டியது எட்டியது கனி!
ஓடிப் போகிறேன்! புகைப்படம் எடுக்க, மிரண்டு
நின்றேன்!!
வீதியோரம் நடந்த வினையை கண்டு கலங்கினேன்!
பெருமை தரும் பேனா முனையை பிடிக்க வேண்டிய
விரல்கள்,
சுவரொட்டி பசைக்கடலில் பரிதவித்த படி அந்தோ!! தடம்
மாறிய இந்தியா.
பேசத் தொடங்கி, மூச்சடைத்து அவனின் மொழிகளால்!
கை ஜோசியம் பார்க்க சென்றேன் ஜோதிடர் கூற்று!
மூடனே உள்ளங்கையில் எங்கு ஏது ரேகை உனக்கு!
வாழ்க்கையில் எனக்கு ஏன் இந்த பேரிடர்? நான் ஏன் கல்வி
செல்லாமல் கல்லறைக்குள்...
மானிடா விழித்துக்கொள்! இல்லையேல் பாரதம்
பிழைத்துக்கொள்ளாது!
சிறகடித்து பறக்க வேண்டிய வயதில், இது ஒரு வகை
தீண்டாமை!
எனவே வேண்டாம் குழந்தைக்கு பணிச்சுமை
எப்போது மாறும் இந்த நிலை?
கொடுக்கவேண்டியது என்ன விலை?
செல்வமே காத்திருக்கிறது, உனக்காக இமயமலை!
உன் சரித்திர கொடியை பறக்கவிட
உலகம் உணர வேண்டும்
குழந்தையின் கரத்தில் நாளை உலகம்!

தி.கிருத்திகா .

நெஞ்சே எழு

பகலில் சுமக்க சொல்லி,
இரவில் பசியை
மறக்கடித்து,
வறுமை ஒன்றை சுட்டிக்காட்டி கனவுகளைத்
தொலைக்க வைத்து,
ஓய்வின்றி,
கடிகாரமாய் சுற்ற வைத்து,
படிப்பைத் தடுத்து,
உணர்வுகளைக் கொன்று,
உழைப்பைச் சுரண்டும் இந்நிலை என்று
மாறுமோ?

மாற்றம் வேண்டும் என
சுற்றும் கும்பலின்,
வசனங்கள் என்னமோ வானை எட்டுகின்ற!
ஆனால்,
செயல்கள் தான் இங்கே
ஊமையாகிக் கிடக்கின்றன

போராட்டங்கள் என்னவோ
நடக்கின்றன,
சில கயவர் கூட்டம்
மாறத்தான் மறுக்கின்றனர்!

இதைத் தடுக்க,
இளம் தலைமுறை முயல வேண்டும்!
சட்டமது வளையாதது,
தோள் தொடுக்க வேண்டும்!

ஒ(உ)ளிச்சிதறல்

சீர் கொண்டு எழும் வேகம்
கண்டு,
அக்காலனும் பயம் கொள்ள
வேண்டும்!

இருண்டு கிடக்கும் அவர்களின் வாழ்வில்
ஒளி ஏற்றுவோம்!
மாற்றம் காண்போம்!
மானிடம் காப்போம்!
நெஞ்சே எழு!

கோகிலவாணி பழனிசாமி

வதைக்கும் காலம்

ஒ(உ)ளிச்சிதறல்

தாய்சுமை பிரசவமாகி
பிள்ளை வரமாகி
இழப்பும் ஏற்ப்பும் உண்டாகி
ஆதரவு இல்லா பிஞ்சுகளை
அடிமை வசம் ஆட்டிப்படைத்து
விடியல் எல்லாம் மாயம்
பிஞ்சுகளை வதைக்கும் வலி காயம்
ஏங்கும் மனம் பாசம்
உழைத்தால் தான் மூச்சு காற்று வீசும்
என கல்வி கற்க்கவிடாது
கட்டளையிட்டு கட்டாயப்படுத்தி கல் தூக்கி
காலணி சுத்தம் செய்து
இன்னும் பல வலிகளை தந்து
உணவில்லா உடலாகி
உறவு இல்லா நிலையாகி
கல்லும் மண்ணும் ஊதியமாகி
கல்வி கனவு கரைந்து
ஆகாய நிலவும் அமரும் நிழலும்
காட்சி பொருளாக காண்கிறது
நாளைய எதிர்காலம் வாழாமல்
வீழ்கிறதே என்று!

மு. முஹம்மது உமைர்

வாழ்வில் சுகமென்று கிடையாதா...

புத்தக சுமக்கும் பருவமது,
புன்னகை மலரும் காலமது,
பிழைகள் அறிய நேரமது,
பகைகள் எம்மை சூழ்ந்தது
பூந்தொட்டியில்,
பூக்கள் மட்டும் சிரிக்கிறது,
உள்ளே தண்ணீரின்றி தவிக்கிறது,
வீட்டின் எல்லை குறைகிறது,
கண்ணீரின்றி வாழ்வு கரைகிறது..
சுமைகள் தோல் சுமக்கிறது,
சுதந்திரம் எப்போது பிறக்கிறது?
சூழ்நிலை ரொம்ப கருக்கிறது,
சோகம் என்னை வீழ்த்துகிறது
கிழிந்த ஆடை இணையாதா,
பட்ட கரை மறையாதா
சுமக்கும் சுமை குறையாதா,
வாழ்வில் சுகமென்று கிடையாதா!

அப்சல் அகமது

வருங்கால முதல்வர்கள்

குழந்தையே தெய்வம்னு சொல்லுறாங்க
சொல்லுவதே போதுமென நினைக்கிறாங்க
தாய் உள்ள பிள்ளத் தான் தரமா வளருதுங்க
தாயில்லாபிள்ளை தான் தத்தளித்து போகுதுங்க
தெய்வத்தை வணங்கும் கைக்கூட
குழந்தைக்கு கைகொடுக்க மறுக்குதுங்க
எந்த பாவமும் செய்யாத பிஞ்சு உசுரு தான்
பட்டினி பசியாலே துடித்தே கிடக்குதுங்க
பாழாப்போன இந்த வயித்துப் பசிக்குதானே
நஞ்சு தீக்குச்சியை பிஞ்சு கையாலே
அடுக்குதுங்க
படித்திருந்தால் நாட்டையே
ஆண்டியிருப்பான்
பாட்டு பாடி பிச்சையெடுக்கிறானே
நடு ரோட்டிலே
அரசாங்கம் அனுமதிக் கொடுக்குதே
ஆதரவற்ற குழந்தைகளை கையேந்த
சாலையிலே

பிச்சையெடுக்கும் தொழிலை முடக்கி விட
முடியாமலே அரசாங்கமே தவிக்குதே பாவி பெத்த பிள்ளை
இவந்தானா பாவக்கண்ணுக்குத் தெரியாத மாயக்
கண்ணணா

கையேந்தும் குழந்தைச் செல்வங்களை
கைக்கொடுத்து கருணை காட்டக் கூடாதா
திருடும் பிள்ளைகளை திருத்தி
திருடனை பிடிக்கும் காவலனாக ஆக்கக்கூடாதா
வருங்கால முதல்வரே குழந்தைகள்
அல்லவா குழந்தைகளை போற்றுவது நமது
கடமையல்லவா!

வள்ளி ரவிக்குமார்

விடை தேடி அலைகிறேன்

எள்ளி நகையாடும் வயதினிலே,
சல்லிக் கலவையுள் போராட்டம்
என்வயது நண்பர் கூட்டம்
கூட்டாஞ்சோறு நன்கு சமைக்க ,
நானோ காற்றிரங்கிய வயிற்றோடு ,
கல்லும் மண்ணும் சுமக்க
சுற்றார் பிள்ளை வகுப்பறையில்,
நானோ மணல் புழுதியிடையில்
அவரெல்லாம் பட்டம் பெற்று,
மேலும் மேலும் வளர்ச்சியடைய
நானோ தீக்குச்சி எண்ணியெண்ணி,
என் மனம் பழுதடைய
உடுத்தும் உடை இழந்தாலும்
, விடை தேடி அலைகிறேன்
குழந்தைத் தொழிலாலியாக நான்!.

சந்தியா முரளிதரன்

ஒ(உ)ளிச்சிதறல்

இளமை அறியாது வறுமை

வறுமையோடு பிறந்ததால
தினமும் வயிறு கத்துதைய்யா.
வாடிப்போன நெஞ்சமெல்லாம்.. தினமும்
வாசல் வழியில்
நிக்குதைய்யா.!

பதினெட்டு வயசு இன்னும் ஆகவில்ல..
ஆனா மனசு பக்குவத்தை தேடுதைய்யா.

சட்டம் ஒன்று இருக்குதய்யா.
சில கண்கள் அதை மறைக்குதைய்யா..

வகுப்பறைக்கு போனதில்ல.
வந்த வேலையை விட்டதில்ல.

கையில காசு தங்கவில்லை... தரையில
படுத்த தூக்கம் இன்னும் தெளியவில்லை..

கூலி கொடுத்த முதலாளி கோபுரத்தில்
இருக்கிறான்..

வியர்வைத்துளி காயவில்லை...
வாங்கி வச்ச கூலி கையிலதான்
தங்கவில்லை..

வட்டம் போட்டு சட்டம் போட்ட கூட்டம்.
சத்தம் போட மறுக்குது
முதலாளித்துவம் மனசுவச்சா போதும்...
இங்க பிஞ்சு விரலும் பேனா
புடிக்குமைய்யா!

பொ. பார்த்திபன்

இதையும் கேளடா...

விளையாடும் காலத்தில் வீதியில் உலா
வரச்செய்து வேடிக்கை பார்க்கும் உலகமடா!
உண்ண உணவும், உடுத்த உடையும் இன்றி
அல்லல்படுவதும் ஏன்டா?
பள்ளி சென்றால் பலவு(உ)ணவு யென
அறியா மானிடா!
பட்டிக்காட்டில் கஞ்சிசோற்றுக்கு பாசி
விற்பதேனடா?
எனக்கு எதுவும் தெரியாதென்று
திரியாதேடா!
உனக்கும் திறமையிருக்கு என்பதை
மறவாதேடா!
ஓடிக்கொண்டிரு தெருவில் இல்லையடா!
உன் வாழ்க்கையின் தேர்வில்!
ஆயிரம் கேள்விகள் உனக்காக
காத்துகிடக்கிறது!
விரைந்து சென்று உனக்கான அடையாளம்
பதித்து கொள்ளடா?
சிறுபிள்ளைச் சிறுதொழில் களையட்டும்
வருங்கால சமூதாயம் மலரட்டும்!

வே.கனிமொழி.,

சிறுதொழிலில் சிறகு ஒடியும் சிறார்கள்

தனித்துவிடப்பட்ட காட்டு யானையை போல,
கடை
தெருவில் கையேந்தி அலையும் பிஞ்சு
நெஞ்சங்கள்
எழுத்தறிவை கற்கும் இளமையில் வறுமை
போக்க,
எடை தூக்கும் நிலையில் இருக்கின்றனர்
கொத்தடிமையாக சிறு வயதில் வேலைக்கு
செல்லும் சிறார்களோ,
கொலையாளியாகி சீர்திருத்த பள்ளிக்கு
தள்ளப்படுகின்றனர்
உடல்ரீதியாகவும் மனரீதியாகவும்
சீர்குலைந்து,
உயிர்வாழ போராடும் அவநிலை இங்கே
மாசற்ற குழந்தைகளின் திறமையை
ஊக்கப்படுத்த,
பாசறை அமைப்பு ஊருக்கு ஒன்று தேவை!

ஜான் போஸ்கோ

குழந்தை தொழிலாளர்...

பத்து மாதம் கருவில் சுமந்த அவள்
இன்று என்னை கல் சுமக்க வைத்து
விட்டாள். பள்ளிக்கு சுமந்து செல்கிறேன்!
புத்தகங்களை இல்லை? பள்ளி புதிய
கட்டிடத்திற்கு கற்களை.
அஆ,. அறிந்தேன் என் அழுகையின் மூலம்,
இஈ மகிழ்ச்சி இருப்பதால் என்னவோ
அதை அடையவும் முடியவில்லை
அறியமுடியவில்லை!
தமிழை! உடன் இருப்பவர் பேசுகையில் அறிந்தேன்.
ஆங்கிலத்தை வெளிநாட்டவர் என் அவல நிலையைப்
பற்றிப் பேசுகையில் அறிந்தேன்.
கணிதத்தை கடும் சொற்களுடன்
7 நாள் வேலைக்கு நாலு நாள் சம்பளம்
கொடுத்து அவரிடம் அறிந்தேன்.
அறிவியலை அண்ணாந்து பார்த்து
அன்னையிடம் சொன்னேன் நிலவிற்கு சென்று
நின்று பார்க்க ஆசை என்று
அன்னையோ நிதர்சன நிலையை
கூறுகையில் அறிவியல் அறிந்தேன்.
சமூகத்தில் பல மாணவர்கள் பள்ளி புத்தகம்
சுமக்க சிலர் மட்டும் கல் கரண்டி
சுமப்பது சமூக அறிவியலை அறிந்தேன்.
பசிக்கிறது என்றால் சோறு ஊட்ட
அன்னை உண்டு ஆனால் அன்னையிடம்
சோறு இல்லை. இந்த நிலைக்கு
காரணம் என்ன முறையாக உழைக்காத
முன்னோர்களால்!? முறைதவறி முன்னேற
நினைக்கும் நானா!!

ஆ. சங்கீத பிரியா

சிறந்த கல்வி தாருங்கள்

புத்தகமும் நோட்டும்
கையில் இல்லை!
இரண்டு விரல் இடுகில்
பேன்சிலும் இல்லை!
புத்தக பையின் சுகத்தின்
சுமையும் இல்லை!
காப்பு காத்த கையும்
செங்களின் சிவந்த கையும்

! தலையில் பாண்டின்
சுமை!
மனதில் குடும்பம்
சுமை!
கொண்டே காலம் கழியும்
உன் வாழ்க்கை!

புத்தகம் திருப்பும் மென்மையான உன் கை
மண்ணோடு கற்களை
கலக்கிறது!
வாழ்வில் சிறந்த கல்வி தாருங்கள்!
பெற்றோரே உங்களின்
சுமை இறக்கும்
இடம் உங்கள் பிள்ளை அல்ல!

வயதுக்கு தகுந்த வாழ்வை தாருங்கள்!
சிறந்த கல்வி தாருங்கள்!

இரா. கலைவாணி எம்., ஏ,

கல் நெஞ்சம் கொண்டவர்களிடம் கல் உடைக்கிறேன்

கல் நெஞ்சம் கொண்டவர்களிடம்
கல் உடைக்கிறேன்,
கடனாளி பெற்றோரிகளின்
கடன் தீர்க்கும் பொருளாகிறேன்,
படிப்பின் மூலம் ஒளி தருவதை விடுத்து
பட்டாசின் மூலம் ஒளி தருகிறேன்,
ஓடியாடி விளையாடாமல் பணத்தாசை
ம(மா)க்களுக்காக
ஓடியாடி உழைக்கிறேன்,

சிறப்பான கல்வியினை நோக்கி ஓட ஆசை
கொண்டும்
சில்லறை தேடி ஓட வற்புறுத்தப்படுகிறேன்,
ஈரமற்ற முதலாளியின் பாத்திரங்களை
கண்களின்
ஈரம் கொண்டு கழுவுகிறேன்,
ஆயிரமாயிரம் கண்கள் என்னை கடந்த
போதும்
ஆண்டவன் மட்டுமே துணையாக
வருகிறான்,
பரிதவிக்கும் கண்கள் கூட இரக்கப் பார்வை
மட்டுமே
பரிசாகத் தருகின்றன,
இரக்கமற்ற சமுதாயமே.. மனம் இறங்கி
கேட்கிறேன்

இறுக்கம் தளர்த்தி உதவ மாட்டாயா?
கருவறையிலிருந்து வெளிப்பட்ட முதல்
உழைக்கிறேன்
கண் கொண்டு பார்க்க மாட்டாயா?
என் கதறலை உன் செவி கேட்க மறுக்கிறதா ?
என் நிலை மேன்பட ஏதேனும் செய்ய மாட்டாயா!
தென்றல் பவித்ரா.

கல் நெஞ்சம் கொண்டவர்களின் கல் உடைக்க எழுந்திட்டேன்

பிஞ்சு பிடிப்பினில் நஞ்சை பார்த்தேன்
பிடித்து ஏறிய நினைத்தேன் கருவியை
கடிகள் இல்லா காலணிகளை பார்க்காமல்
கால்தடங்களை பதித்திடு என்று விதித்தேன்
விதைகளால் நீ உன்னை விதைப்பவனாய்
விந்திட்டு எழவைக்க நான் என்று
எண்ணினேன் இணைந்திடு இதமாய் இதழ்யோடு
இழந்திடாது என்னாலும் ஏற்றுமைகளை படிக்க
பழகிக்கொள் என் மழலையே பார்த்து
விடலாம் புத்தகத்தின் வழிலாக
பரலோகத்தின் இன்பத்தினை!

தென்றல் பவித்ரா

குழந்தை கைகள்

கருவறையின் சுகம் மட்டும்
கண்டாய் வாழ்வில்
கல்லறைக்கூட கலங்கும் – உன்
காய்ச்சிய கை கண்டு.

நெருப்பில் சுட்ட இரும்பாய்
தினம் தினம் அகதியாய்
கனவுகள் பல சுமந்து.
கார்மேக கண்களில் கண்ணீரை சுமந்து
செம்பட்டை முடியுடன் வீதியில்

ஓலம் இடும் ஈக்கள் கூட
தன் சிறகை விரித்து சுதந்திரமாய் பூமியில்
சிறகொடிந்த பறவை நீ
சிறகிரிந்தும் பறக்க இயலவில்லை.

செங்கற்கள் இடையில் சிக்கிய
செந்தாமரை - வழிந்து ஓடும்
உன் குருதி அதில் சிவந்த
செங்கற்கள்

அய்யன் பட்ட கடன் தீர்க்க
அடகுவைத்தாய் உன் இளமையை
தியாகியாய் நீ சிந்தும் இரத்தம்
பறைசாற்றும் உன் அன்னையின்
துயரை.

மனிதம் மலர்கிறது! - நீ
ஒட்டிய சுவரொட்டி வேதனையில்
அவையும் கிழிந்தது உன் நிலை கண்டு.!

-இளங்கவி இரா சதீஷ் குமார்.

குழந்தைத் தொழிலாளரின் துயர்

சின்னஞ்சிறு உருவம் முதிர்ச்சியின் பாதையில் கூட
பயணிக்காத வயது
பாடம் பயில துடித்து நோகும் மனது.
சுமக்க முடியாமல் தலையில் பாரம்.
செங்கல் சட்டியோடு குடும்ப நிலையும்தான்!! குடிகாரத்
தந்தை நோயாளித் தாய்.
கூலி வேலை செய்து தான் உணவென்ற கடுமையான
நிலவரம்.
வயிற்றுப்பசிக்கான தேடலுக்காய் வாழ்வின் ருசி
மறந்துபோய் வயதின் வனப்புகள் அழிந்துபோய்
அல்லல்படும் பிஞ்சுகள்..
நெஞ்சைக் குத்துகிறதல்லவா..
இச்சுழல்! முதலாளித்துவம் முனைத்து உயிர் சுரண்டும்
ஒரு பணி இது .
பாலகர்கள் விலை மலிவு...
கூலி குறைவு .
அதிகம் வேலை வாங்கலாம் பணம் மிச்சமாம்.

உடல் மெலிய தசை சுருங்கி உதிர ஓட்டமே நின்று
போனாலும் என்ன செய்வது..?
தூக்கம் தொலைந்து கண்கள் சிவக்கப் பணி
செய்தால்தானே பட்டினிப் பிணியில் இருந்து
மீளமுடியும்.... எங்கே கனவுகள் வளர்ப்பது... ஏடுகளுள்
புகுவது.
பள்ளிவாயில் நுழைவது பிடித்ததைச் செய்வது
இந்நிலை மாறாதோ?

தமிழ்க்கிறுக்கி

குழந்தை தொழிலாளி ஆகிய நான்

பால் கவுச்சி வாசமது என்னவிட்டு போகும்
முன்னே
பாடுபட்டு உழைக்குறேனே...
ஒரு வேளை கஞ்சிக்காக...

கல்வியை தொலச்சு
கல்லருக்க வந்தேனே..
கஷ்டம் அது கலஞ்சி போக....

சிறுபிள்ளை நானும் சிட்டு போல பறந்திட
நினைச்சேனே, ஆனால், செங்கச்சூலைக்கு
வாக்கபட்டு வந்தேனே...

சிலேட்டிலே கணக்கு படிக்க வழியில்லே
எனக்கு...
சில்லறை எண்ணி அறிஞ்சிக்கிட்டே
சிரமப்பட்டு நெதம் கணக்கு..

தூலி கட்டி தூங்க வச்ச தாயவளும்
குறுக்கொடஞ்சி
கெடக்காலே....
மதுவுக்கு அடிமையான அப்பனவன்
அடிச்சதாலே....

மதுவால எங்கப்பன் மாண்ட பின்னே,
என்னவிட்டா வேறாருமில்லே...
தாய் அவளை பாத்துக்கதான்...

உதிரத்தால் எனை உண்டாக்கிய
அவளுக்காக அல்லும் பகலும்
உழைக்குறே...

ஆனாலும்,
மனசு என்னவோ
ஒருபுறம் ஏங்கித்தான் தவிக்குது...

கையொண்ணு வந்துடாதா கைகூலியா
நொந்து போகுற என்னை காக்குறதுக்கு? –

கண்ணம்மா

எட்டாக் கல்வி

நல்லக் கல்வி ஒளியிலே
வறுமைக் கல்வி உளியிலே
ஒளிந்துக் கொள்ளும் வர்கமே
ஓராயிரப் பிஞ்சுகள் அடிமையே
யாரோ பெற்றப் பாவமோ
எந்த பெற்றோர்களின் பாவமோ
அள்ளிக் கொஞ்சும் கைகளோ
கருவி ஏந்த வஞ்சுமோ?
தாலாட்டு கேளாய் செவிகளோ!
கீச்சென்ற ஒலியால் வாடுதோ!
கையேந்தும் நிலை தீர்வோ?
எப்போது இந்நிலை தீருமோ?!
பயணங்கள் பயனாக ஆகவே
திறமைகள் தினமதை தேடவே
பசியோ வந்தால் ஓடுதே!

சுவேதா ராவணச்சி

திறந்தவெளி

அன்பு கரங்கள் இல்லாமல் அலைந்து திரிந்து களைத்துப்
போனாயா...
அணைத்துக் கொள்ளும் சொந்தங்கள் இணைத்துக் கொள்ள
மறுத்தனரா...
வறண்டு போன வாழ்க்கையால்.. இருண்டு
போனதா உன் கல்வி..
புத்தகங்கள் ஏந்தும் கரங்களில் சுத்தமில்லாமல் கறைகள்
படிந்தது.
.காரணம் இல்லை நீ சென்ற பாதைக்கு..
வாரணம் இல்லை நீ வாழும் வாழ்க்கைக்கு... வசந்த
பூமியாய் உனக்கு வரம் கொடுக்காமல்.. கந்தக பூமியாய்
உன்னை வேலை வாங்கியது என்ன...
தன் மகன் ஒப்ப பரிவுக்காட்டாமல் திருமகன் உன்னை
வதைக்கிறார்கள். கண்ணே.. கற்கண்டே..நீ வதைபடுவது
கண்டால்.. கண்கள்
குளமாகிறதடா...

இக்கவியில் காவியத் தலைவன் நீ... இப்புவியில்
அல்லல்படும் பாவியாய்... உன்னால் உன்னை மீட்டெடுக்க
முடியும்... தன்னால் தன்னை ஆயத்தப் படுத்தும்போது..
உன்னால் போக முடியும் முன்னால்.. கண்ணால் உன்
வழியை தேடு.... செல் நல் திசையை நோக்கிச் செல் .
சொல் உன்னை உயர்த்தும் சொல்லைச் சொல்...
வாழ்வின் படிக்கட்டுகளை எதிர்கொள்ள வீழ்வின்
வேகத்தைவிட மீண்டெழு... போனது போகட்டும் புதிய
வழியை நாடு... வானது வசப்பட வீறு கொண்டு எழு
வாழ்க்கை ஒரு திறந்தவெளி அதில் வாழ்வதும் வீழ்வதும் நீ
தேர்ந்தெடுத்த வழி.!

சத்யா

 ஒ(உ)ளிச்சிதறல்

புத்தகங்களை சுமக்கட்டும்

பூப்போன்ற சிறுகரங்கள்
காய் காய்த்து இருக்கிறது!- இப்பிஞ்சுக்கூட்டம்

சுமை அறியா பருவத்திலும்
சுமைகளால் நலிகிறது!
பிறப்பின் துவக்கமும்மே
இவைக்கு

வலியோடு நகர்கிறது!
இரக்கத்தின் கண்கள்
திறக்கட்டும் சமூகத்தில்!
கல்வியின் கண்கள்
திறக்கட்டும் சிறார்களில்!

இனி இந்த கைகள்
புத்தகங்களை மட்டும்
சுமக்கடும்!
இவர்களின் வியர்வைகள்
விளையாடுகையில் மட்டும்
சிந்தட்டும்!

கோ.பாலகிருஷ்ணன்.
